സിനിമയിലേക്ക് ഒരു ചാൻസ്

രാജ്മോഹൻ.പി.ആർ

കഥകളെ സ്നേഹിക്കുന്ന എല്ലാവർക്കുമായി
ഈ 5 ത്രില്ലെർ

നോവലുകൾ സമർപ്പിക്കുന്നു.

എന്റെ ഭാവനക്കനുസരിച്ച് തയ്യാറാക്കിയ
കൊച്ചു, കൊച്ചു

നോവലുകൾ ആണ് ഇതിൽ ഉള്ളത്.

ഇഷ്ടപ്പെടുമെന്നു കരുതുന്നു .

ഉള്ളടക്കം

ആമുഖം

സിനിമയിലേക്ക് ഒരു ചാൻസ്

(ത്രില്ലെർ നോവലുകൾ)

രാജ് മോഹൻ. പി . ആർ - തൃശൂരിലെ കുട്ടനെല്ലൂർ
ആണ് സ്വദേശം. ഗൾഫിൽ ഫിനാൻസ് ഓഫീസർ
ജോലി നോക്കുന്നു. തിരക്കേറിയ പ്രവാസ
ജീവിതത്തിനിടയിൽ കിട്ടുന്ന സമയം സാഹിത്യ
രചിച്ചകൾക്കായി മാറ്റി വക്കുന്നു. നിരവധി

ഡിജിറ്റൽ ബുക്കുകൾ ആമസോൺ വഴി പബ്ലിഷ് ചെയ്തിട്ടുണ്ട്. തന്റെ തൂലികത്തുമ്പിൽ വിരിയുന്ന കഥകൾ / കാവ്യങ്ങൾ പല മാധ്യമങ്ങളിലും കുറിക്കാറുണ്ട്. നിരവധി സാഹിത്യ രചനകൾ പത്ര മാധ്യമങ്ങളിലൂടെ പ്രസിദ്ധീകരിച്ചിട്ടുണ്ട്. ആമസോണിലൂടെ 10 ബുക്കുകൾ ഡിജിറ്റലായി പ്രസിദ്ധീകരിച്ചു.നോഷൻ പ്രസ് വഴി 10 ബുക്കുകൾ പ്രിന്റ് എഡിഷൻ ആയി പ്രസിദ്ധീകരിച്ചു.അക്ഷര മുദ്രയുടെ -ഹൃദയമുദ്ര കവിതാ സമാഹാരം , അക്ഷരം മാസികയുടെ കവിതാ സമാഹാരം , മഴതുള്ളി പുബ്ലിക്കേഷന്റെ കഥ , കവിതാ സമാഹാരം , സെൻട്രൽ യൂണിവേഴ്സിറ്റി തയ്യാറാക്കി കറന്റ് ബുക്ക് പ്രസിദ്ധീകരിച്ച പ്രവാസ കഥാ സമാഹാരം എന്നിവയിൽ രചനകൾ പ്രസിദ്ധീകരിച്ചിട്ടുണ്ട്. എം.കോം ബിരുദാന്തര ബിരുദദാരിയായയാണ്. ഇദ്ദേഹത്തിന്റെ പ്രിന്റ് ചെയ്ത 10 ബുക്കുകൾ ആമസോൺ ,ഫ്ലിപ്കാർട് എന്നിവയിലൂടെ ലഭ്യമാണ്.

Email prrmohan0@gmail.com

ഭാര്യ - ധന്യ മേനോൻ

മകൻ - തേജസ്സ് . ആർ . മേനോൻ

മുഖവുര

സിനിമയിലേക്ക് ഒരു ചാൻസ്

രാജ്മോഹൻ.പി.ആർ രചിച്ച 5 ത്രില്ലർ നോവലുകൾ ആണ്

ഈ ബുക്കിൽ ഉൾപ്പെടുത്തിയിരിക്കുന്നത്

കടപ്പാട്

കഥകളെ സ്നേഹിക്കുന്ന എല്ലാവർക്കുമായി ഈ 5
ത്രില്ലെർ

നോവലുകൾ സമർപ്പിക്കുന്നു.

എന്റെ ഭാവനക്കനുസരിച്ച് തയ്യാറാക്കിയ കൊച്ചു,
കൊച്ചു

നോവലുകൾ ആണ് ഇതിൽ ഉള്ളത്.

ഇഷ്ടപ്പെടുമെന്നു കരുതുന്നു .

അവതാരിക

കഥകളെ സ്നേഹിക്കുന്ന എല്ലാവർക്കുമായി ഈ 5
ത്രില്ലെർ

നോവലുകൾ സമർപ്പിക്കുന്നു.

എന്റെ ഭാവനക്കനുസരിച്ച് തയ്യാറാക്കിയ കൊച്ചു,
കൊച്ചു

നോവലുകൾ ആണ് ഇതിൽ ഉള്ളത്.

ഇഷ്ടപ്പെടുമെന്നു കരുതുന്നു .

1

മത്സരം-ത്രില്ലർ നോവൽ-ഭാഗം-1

(റിയലെസ്റ്റേറ്റ് രംഗത്തെ കിടമത്സരത്തെ ആസ്പദമാക്കി ഒരു ത്രില്ലർ നോവൽ സാഹചര്യങ്ങളും കഥാപാത്രങ്ങളും തികച്ചും സാന്കല്പികം മാത്രം)

താര ഡെവലപ്പേഴ്സ് എന്ന പ്രമുഖ റിയൽ എസ്റ്റേറ്റ് കമ്പനി എംഡി ആണ് മാധവ മേനോൻ. അദ്ദേഹത്തിന്റെ ഭാര്യാ താര മേനോന്റെ പേരിലാണ് കമ്പനി ആരംഭിച്ചത്. വർഷങ്ങളുടെ അനുഭവ സമ്പത്തുമായിട്ടാണ് അദ്ദേഹം കമ്പനി ആരംഭിച്ചത്.

പല വിദേശ രാജ്യങ്ങളിലും പ്രോപ്പർട്ടി ഷോ സംഘടിപ്പിക്കുകയും നല്ല രീതിയിൽ കസ്റ്റമേഴ്സിന്റെ ബുക്കിംഗ് കിട്ടുകയും

ചെയ്തിരുന്നു താര ഡെവലപ്പേഴ്സിനു.

ആയിടെയാണ് ദുബായിലെ പ്രമുഖ പ്രോപ്പർട്ടി ഷോ അറ്റൻഡ് ചെയ്യാൻ കമ്പനിക് ചാൻസ് കിട്ടിയത്. കമ്പനി സിഇഒ കാർത്തിക് ആണ് ദുബായ് ഷോ നടത്താൻ പോയത്.

ദുബായിലെ പ്രോപ്പർട്ടി ഷോ സ്റ്റാളിലിരിക്കുംപോളാണ് ആ ഫോൺ കോള്കാർത്തിക്കിനെത്തിയത്. അച്ഛന് സുഖമില്ലാതെ ആശുപത്രിയിലാണ്. തിരിച്ചുവരിക.പെട്ടെന്ന് കാർത്തിക് നാട്ടിലേക്ക് യാത്ര തിരിച്ചു.

ദുബായ് പ്രോപ്പർട്ടി ഷോയിലെ "ബെസ്റ്റ് പെർഫോർമർ കംപനി" ആയി തിരഞ്ഞെടുത്തിരിക്കുന്നത് അവരുടെ താര ഡെവലപ്പേഴ്സ് ലിമിറ്റഡിനെ ആയിരുന്നു. സി. ഇ. ഒ ആയ കാർത്തികിനെ അനുമോദിക്കുന്ന ചടങ്ങിന് മുൻപ് സംഘാടകരെ യാത്രാ വിവരം അറിയിച്ചു. മാർക്കറ്റിംഗ് മാനേജരെ പകരം ചുമതല ഏലപിച്ചാണ് കാർത്തിക് യാത്ര പുറപ്പെട്ടത്.

ഇടപ്പള്ളിയിലെ പുതിയ ഫ്ളാറ്റ് സമുച്ചയം ആയിരുന്നു അവരുടെ പുതിയ സംരംഭം.കമ്പനി

മാനേജർ രാജീവിനെ വിളിച്ചു കാർത്തിക് ഉടനെ വിവരം തിരക്കി.

ഫ്ളാറ്റിൻറെപുതിയ സൈറ്റിലിരിക്കുംപോഴാണ് ആ വിവരം അച്ചരനറിഞ്ഞ തത്രെ, ഫ്ളാറ്റ് നിർമാണത്തിന് കോർപ്പറേഷൻ സ്റ്റോപ്പ് മെമ്മോ നല്കിയത്. പെട്ടെന്ന് അച്ചരന് ദേഹം തളർന്നു.ഉടനെ ആശുപത്രിയിലാക്കി.

ആശുപത്രിയിലെല്ലാരും ഉണ്ട്. അടുത്തുള്ള കൂട്ടുകാർ, കൂടാതെ കന്പനിയിലെ പ്രധാനപ്പെട്ട

എല്ലാരുമുണ്ട്. കമ്പനിയുടെ വളർച്ചയിലുള്ള അസൂയകൊണ്ട് ആരോ കോർപ്പറേഷനുമായി ചേർന്ന് ചരടു വലിക്കുന്നതാണെന്ന് കാർത്തിക്കിന് മനസ്സിലായി.

നാട്ടിലെത്തിയാലുടനേ ചെയ്യേണ്ട കാര്യങ്ങളോരോന്നായി കാർത്തിക് പ്ളാൻ ചെയ്തു.

2

മത്സരം(ത്റില്ലർ നോവൽ-ഭാഗം-2)

കാർത്തിക് നെടുംപാശ്ശേരിയിലെത്തി. നല്ലപോലെ മഴയുള്ള സായം സന്ധ്യക്കുള്ള യാത്ര....മനസ്സും ശരീരവും ക്ഷീണം അനുഭവപ്പെടുന്ന അനുഭവ പരംപരയാണ് താൻ അനുഭവിക്കുന്നതെന്ന് കാർത്തിക്കിന് മനസ്സിലായി.

പി. വി. എം ആശുപത്രിയിലെ ഡീലക്സ് മുറിയിയിലെത്തി അച്ഛരനെക്കണ്ടപ്പോഴാണ് കാർത്തിക്കിന് ആശ്വാസം കിട്ടിയത്.

കാർത്തിക്കിൻറെ അച്ഛരൻ മാധവമേനോൻ പ്രമുഖ കംപനിയുടെ സിവിലെൻജിനീയറായിരുന്നു. അദ്ദേഹം ജോലിയിലിരിക്കേ കിട്ടിയ സംപാദ്യം എല്ലാം

കൊച്ചിയിലെ പ്രധാന ഭാഗങ്ങളില് സ്ഥലം വാങ്ങിയിട്ടു. ഇന്നതിന് കോടികളുടെ വിലവരും.

മെട്രോ കടന്നുപോകുന്ന പ്രധാന സ്ഥലങ്ങളിലായിരുന്നു സ്ഥലങ്ങളേറെയും.

ഇടപ്പള്ളിയിലെ സ്ഥലം വാങ്ങാനായി പല പ്രമുഖരും വന്നിരുന്നു. പ്രമുഖ യുവനടനും ആ കൂട്ടത്തിലുണ്ടായിരുന്നു.

എല്ലാവരെയും അദ്ദേഹം മടക്കി അയച്ചു. ഒരു കന്പനി ആരംഭിച്ച് അതിൻറെ കീഴിലായി ഫ്ളാറ്റ് സമുച്ചയം പണിയാനുള്ള പദ്ധതി അദ്ദേഹം എല്ലാവരേയും അറിയിച്ചിരുന്നു. എം.ബി.എ ബിരുദധാരിയായ മകൻ കാർത്തിക്കിനെ സി. ഇ. ഒ ആയി കംപനി ഫോം ചെയ്തു.

ഭാര്യ താരയുടെ പേര് അദ്ദേഹം കംപനിക്കിട്ടു. താര ഡെവലപ്പേഴ്സ് ലിമിറ്റഡ് ആദ്യമായി ആരംഭിച്ചത് ഇടപ്പള്ളി ഫ്ളാറ്റ് സമുച്ചയം ആയിരുന്നു. പൈലിംഗ് വർക്ക് നടന്നുകൊണ്ടിരിക്കുന്ന ഘട്ടത്തിലാണ് സ്റ്റോപ്പ് മെമ്മോയുമായി കോർപ്പറേഷൻ രംഗത്തെത്തിയത്. ഭൂമിയുടെ അളവിനെക്കുറിച്ച് സംശയം തോന്നിയ ആരോ നല്കിയ

പരാതിയനുസരിച്ചാണ് നടപടിയെന്നാണ് കോർപ്പറേഷൻ അറിയിച്ചത്.

പ്രതിസന്ധി പരിഹരിക്കാനുള്ള നടപടി അച്ചനുമായി ആലോചിച്ച് കാർത്തിക് തീരുമാനിച്ചു.

പ്രമുഖ ഫൈവ്സ്റ്റാർ ഹോട്ടലില് ഒരു വാർത്താസമ്മേളനം കാർത്തിക് പിറ്റേന്ന് വൈകിട്ട് അറേന്ജ് ചെയ്തു. ലോൻജിംഗ് സെറിമണിയെന്നാണ് പ്രമുഖരെയെല്ലാം അറിയിച്ചത്.

3

KKR *international* ഹോട്ടലിലെ ശീതീകരിച്ച മീറ്റിംഗ് ഹാളിലെത്തിയ കാർത്തിക് സമൂഹത്തിലെ ഉന്നതരും പത്രപ്രമുഖരുമടങ്ങിയ സദസ്സിനെ അഭിസംബോധനചെയ്തശേഷം ആ രാത്രിയിലെ വാർത്താസമ്മേളനത്തിൻറെ കാര്യത്തിലേയ്ക്ക് കടന്നു.

8 വർഷം മുൻപ് തൻറെ അച്ഛൻ വാങ്ങിയ വസ്തുവിനേക്കുറിച്ച് വിവരിച്ചു.തങ്ങളുടെ മെഗാ പ്രൊജക്ട് മുടക്കാനായ് പലയിടത്തുനിന്നും ശ്രമങ്ങളുണ്ടെന്നും അതിൻറെ ഫലമായി സ്റ്റോപ്പ് മെമ്മോ കിട്ടിയ വിവരം സദസ്സിനെ അറിയിക്കുകയാണെന്നും എല്ലാ ഭാഗത്തുനിന്നും സഹായം അഭ്യർഥിക്കുകയാണെന്നും അറിയിച്ചു.

തൻറെ വിദേശ പ്രോഗ്രാം ഇടക്ക് വച്ച് നിരത്തി ഓടിയെത്തിയതും അച്ഛൻറെ അവസ്ഥയും സദസ്സിനെ വ്യക്തമായി അറിയിച്ചു.

ആ സ്റ്റോപ്പ്മെമ്മോ വാർത്തക്കെതിരായി സദസ്സിനെ തിരിക്കാൻ നിമിഷനേരംകൊണ്ട് കാർത്തിക്കിന് കഴിഞ്ഞു.

തുടർന്ന് പങ്കെടുത്ത പ്രമുഖരെല്ലാം ചേർന്ന് മീഡിയായിലെ വാർത്ത പിറ്റേന്ന് ആ സ്റ്റോപ്പ് മെമ്മോക്കെതിരെ ആവണം എന്ന് തീരുമാനമെടുത്തു. മാധവമേനോൻറെ ആയുരാരോഗ്യത്തിനായി ഒരു നിമിഷം സദസ്സ് നിശബ്ദത പാലിക്കുകയും ചെയ്തു.

പിറ്റേന്ന് വാർത്താമാധ്യമങ്ങളിലെല്ലാം ആ വാർത്ത പ്രാമുഖ്യം നല്കി കൊടുത്തിരുന്നു. പ്ര മുഖ റിയലെസ്റ്റേറ്റ് കമ്പനിക്കെതിരെ അന്യായ നടപടി. ബിസിനസ് രംഗത്തെ പ്രമുഖർ നഗരസഭയുടെ നടപടിക്കെതിരെ രംഗത്തെത്തി.

ഇത്തരത്തിലുള്ള വാർത്തയറിഞ്ഞ് മാധവമേനോനും അല്പം ആശ്വാസമായി.

രാവിലെ തന്നെ കാർത്തിക്കിൻറെ ഓഫീസില്
നഗരസഭ മേയറുടെ മെസ്സൻജറെത്തി.

അടിയന്തിരമായി ഓഫീസിലെത്തുക.

ആശുപത്രിയിലെത്തി   അച്ഛനുമായി
കാര്യങ്ങളെല്ലാം   ചർച്ചചെയ്തശേഷം
കാർത്തിക്   മേയറുടെ   ഓഫീസിലേക്കു
യാത്രയായി...

4

മത്സരം (ത്റില്ലർ നോവൽ-ഭാഗം-4)

കോർപ്പറേഷൻ ഓഫീസിലേക്ക് യാത്ര തിരിക്കും മുൻപ് കാർത്തിക് കംപനി വക്കീലിനോടും അവിടെ എത്താൻ അറിയിച്ചിരുന്നു.

ക്രിത്യം 11 മണിക്ക് കാർത്തിക്കും വക്കീലും മേയറുടെ ഓഫീലെത്തി.

വാർത്താപ്റാധാന്യമുള്ള കൂടിക്കാഴ്ചയറിഞ്ഞ് പ്രമുഖ ചാനലുകളുടെയും പത്രങ്ങളുടെയും പ്രതിനിധികളും അവിടെ ഉണ്ടായിരുന്നു.

മേയർ അവരെ സന്തോഷത്തോടെ സ്വീകരിച്ചു.

അവരോട് ആധികാരികമായി സംസാരിച്ചു.വക്കീലിൻറെ കാര്യമാത്രമായ സംസാരത്തിലൂടെ മേയർക്ക് കാര്യങ്ങളെല്ലാം മനസ്സിലായി.

അവരുടെ രേഖകളൊക്കെ പരിശോധന നടത്തിയ മേയറുടെ ഓഫീസ് മേധാവി അവയെല്ലാം കറക്ടാണെന്നറിയിച്ചു. താമസിയാതെ സ്റ്റോപ്പ് മെമ്മോ പിൻവലിച്ച ഉത്തരവ് മേയ് അവക്ക് നല്കി.

കാർത്തിക്കും വക്കീലും 1 മണിയോടെ പുറത്തിറങ്ങി. കാത്തുനിന്ന പത്രങ്ങളുടെയും മീഡിയകളുടേയും പ്രതിനിധികളെ അവർ ആ ഉത്തരവ് കാണിച്ചു.

ചാനലുകളുടെ വാർത്ത അപ്പോഴേ വന്നു തുടങ്ങി.താര ഡെവലപ്പേഴ്സിൻറെ പുതിയ ഫ്ളാറ്റ് സമുച്ചയം ഒരു വലിയ വാർത്തയായി.

പിറ്റേന്ന് പൈലിംഗ് ജോലി ആരംഭിക്കാനുള്ള കാര്യങ്ങളിലോചിക്കാനായി അന്ന് വൈകിട്ട് കാർത്തിക്കും മാനേജർ രാജീവും ഇടപ്പള്ളി സൈറ്റിലേക്ക് യാത്രയായി.

അപ്പോളോ ജംഗ്ഷനെത്തിയപ്പോഴാണ് പിന്നിലുണ്ടായിരുന്ന ആ ഡംപര്‍ ലോറി അവരുടെ കാറിനെ ഇടിച്ചത്. ഇടിയുടെ ആഘാതത്തിലവരുടെ കാര്‍ റോഡ് സൈഡിലെ തിട്ടയിലിടിച്ച്കയറി.

പെട്ടെന്നുതന്നെ അവിടെ ആളുകളുടെ ഇടപെടലിലൂടെ അവരെ ആംപുലന്‍സില്‍ കയറ്റി. ആംപുലന്‍സ് അവരേയും കൊണ്ട് എയിംസ് ആശുപത്രി ലക്ഷ്യമാക്കി ചീറി പാഞ്ഞു.

5

വിദഗ്ധ പരിചരണം ഉടനെ ലഭിച്ചതുകൊണ്ടു അവരുടെ നില പെട്ടെന്ന് മെച്ചപ്പെട്ടു.

പത്രങ്ങളിൽ പൊടിപ്പും തൊങ്ങലും വച്ച് വാർത്ത വന്നു. പ്രമുഖ റിയൽ എസ്റ്റേറ്റ് ഉടമയെ വധിക്കാൻ ശ്രമം ...

പോലീസ് ശക്തമായി അന്വേഷണം ആരംഭിച്ചു.

കൃത്യമായ കണ്ടെത്തലുകൾ ഒന്നും ഇല്ലാതായപ്പോൾ റിയൽ എസ്റ്റേറ്റ് ഫോറം സർക്കാരിനെ സമീപിച്ചു.

കാർത്തികിനെതിരെ നടന്ന കൊലപാതക ശ്രമം അന്വേഷിച്ചു പ്രതികളെ ഉടനെ അറസ്റ്റു ചെയ്യണമെന്ന് മുഖ്യമന്ത്രിക്ക് അവർ നിവേദനം നൽകി.

അന്വേഷണ ചുമതല ക്രൈം ബ്രാഞ്ചിന് സർക്കാർ കൈമാറിയതായി പോലീസിന് മെസ്സേജ് വന്നു.

ക്രൈം ബ്രാഞ്ച് ഇൻസ്പെക്ടർ രാജ്കുമാർ അന്വേഷണ ചുമതല ഏറ്റെടുത്തു. പല പ്രമുഖ കേസുകൾക്കും തുമ്പുണ്ടാക്കിയ സമർത്ഥനായ ഓഫീസർ ആണ് അദ്ദേഹം.

രാജ്കുമാർ കാർത്തികിനെ സന്ദർശിച്ചു. വിവരങ്ങൾ ആരാഞ്ഞു. ഇടപ്പള്ളിയിലെ പുതിയ ഫ്ലാറ്റ് സമുച്ചയം വാങ്ങാനായി ശ്രമിച്ച പ്രമുഖരുടെ ലിസ്റ്റ് അദ്ദേഹം വാങ്ങി.

ഓരോരുത്തരെ ആയി അദ്ദേഹം സന്ദർശിച്ചു. ഒരു വിസിറ്റിംഗ് റിപ്പോർട്ട് അദ്ദേഹം തയ്യാറാക്കി. അതിൽ രണ്ടു പേരുടെ പേരിനു താഴെ അദ്ദേഹം ചുവന്ന മാർക്ക് ചെയ്തു.

അപകടം നടന്ന സ്ഥലത്തെ *cctv* ദൃശ്യങ്ങൾ പോലിസിന്റെ ഫയലിൽ നിന്നും അദ്ദേഹം പരിശോദിച്ചു.

ഇടിച്ച വണ്ടിയുടെ നമ്പർ പ്ലേറ്റ് *cctv* ദൃശ്യങ്ങളിൽ വ്യക്തമല്ല.ആയിടക്ക് റിപ്പയർ ആയി വന്ന വണ്ടികളുടെ വിവരങ്ങൾ അദ്ദേഹം രഹസ്യമായി ശേഖരിച്ചു.

6

CCTV പരിശോധിച്ച രാജ്കുമാർ വാഹനത്തിന്റെ ഡ്രൈവറെ കണ്ടെത്തി. അങ്ങിനെ ആ വലിയ കൊലപാതക ശ്രമങ്ങളുടെ സൂത്രധാരൻ ആരെന്നു മനസ്സിലാക്കി. മേലധികാരികളുടെ അനുമതി വാങ്ങി

ആ വലിയ ബോംബെ ആസ്ഥാനമായ കമ്പനിയുടെ ഓഫീസിലെത്തി.

ബോംബെ അധോലോകത്തിന്റെ സഹായത്തോടെ ഉസ്മാൻ എന്ന പ്രമുഖ റിയൽ എസ്റ്റേറ്റ് കമ്പനി ഉടമ ചെയ്ത ആസൂത്രിത നീക്കങ്ങളായിരുന്നു താര റിയൽ എസ്റ്റേറ്റിന് നേരെ ഉണ്ടായത്.

ബോംബെ പോലീസിന്റെ സഹായത്തോടെ ഉസ്മാനെ അറസ്റ്റു ചെയ്തു.

7

സർക്കിളിൻസ്പെക്ടർ രാജ്കുമാറിന് അന്ന് ഇ മെയിലിലാണ് ആ പരാതി ലഭിച്ചത്.ചാലക്കുടിയിലുള്ള രവിയാണ് പരാതിക്കാരൻ

പരാതി....

സുന്ദരിയായ വിദേശ ജോലിയുള്ള യുവതിക്ക് വരനെ ആവശ്യമുണ്ട് എന്ന് പരസ്യം കണ്ട് ഞാൻ മൂന്ന് പരസ്യത്തിനു മറുപടി അയച്ചു. മൂന്നിടത്തും 500 രൂപ നല്കി രജിസ്റ്റർ ചെയ്തു...

ഇടക്കിടക്ക് ഇമെയിലിലൂടെ ഓരോ ആലോചനകളുടെ വിവരം അവരറിയിച്ചുകൊണ്ടിരുന്നു. അവരെ വിളിക്കുമ്പോളൊക്കെ കുട്ടിയുടെ വിവാഹം നിശ്ചയിച്ചു എന്ന മറുപടിയായിരുന്നു സ്ഥിരമായി കിട്ടിയത്.

ബ്യൂറോ പരസ്യം മുറയ്ക്ക് പത്രങ്ങളിലുണ്ട്. ഇതിലെന്തോ കാര്യമായ പ്രശ്നങ്ങളുണ്ട്... സാർ ഒന്ന് അന്വേഷണം നടത്തണം.

രാജ്കുമാർ പേരെടുത്ത ഒരു ഉദ്യോഗസ്ഥനാണ്. അദ്ദേഹം ഉടനേ രവിയെ വിളിച്ചു.... പരാതിക്കിടയാക്കിയ പരസ്യം, മറുപടിയായി ലഭിച്ച ഇമെയിലെന്നിവ രവിയോട് ചോദിച്ച് വാങ്ങി....രാജ്കുമാർ ഉടനെ നഗരത്തിലെ പ്രമുഖ പരസ്യ ഏജൻസിയിലേക്ക് വിളിച്ച് ഞായറാഴ്ചയിലെ പ്രമുഖ പത്രത്തിൻെറ എല്ലാ എഡിഷനും ഒരുകോപ്പി ഏർപ്പാടാക്കി....

അന്ന് കിട്ടിയ എല്ലാ പത്രത്തിലേയും പരസ്യം ശ്രദ്ധിച്ച അദ്ദേഹം ഈ പരസ്യം കേരളം മുഴുവനും ഉള്ളതായി മനസ്സിലാക്കി.... ഉടനേ വിവരങ്ങളെല്ലാം ഉന്നത ഉദ്യോഗസ്ഥനായ മേലധികാരിയെ അറിയിച്ച് ഒരു ഓപ്പറേഷൻ പ്ളാൻ തയ്യാറാക്കി....

ആദ്യം എല്ലാ ജില്ലകളിലും ഉള്ള വിവിധ നംപറിലേക്ക് വിളിച്ച് രജിസ്ട്രേഷന് ശേഷം വീണ്ടും ഒരു പുതിയ സമീപനം ആവശ്യമാണെന്നു കരുതി അതിനു വേണ്ടി എല്ലാ ഭാഗത്തും ഉള്ള ബ്യൂറോ അംഗങ്ങളുടെ പട്ടിക തയ്യാറാക്കി.

വേണ്ടത്ര രേഖകളും ചിത്രങ്ങളും ശബ്ദങ്ങളും അടങ്ങിയ തെളിവു ഒരു പ്രത്യേക പ്രാധാന്യം നല്കി ശേഖരിച്ച് അവയുടെ നിയമ സാധുത വിലയിരുത്തുകയും രാഷ്ട്രീയവും സാമൂഹികവുമായ സ്വാധീനം വരാത്ത വിധം അടച്ചു പിടിച്ചു എത്ര ശ്രമിച്ചാലും പ്രതികളുടെ രക്ഷക്കായ് അരും എത്താത്ത രീതിയിലുള്ള അറസ്റ്റു നടപ്പിലാക്കി.

കുറേ ചെറുപ്പക്കാരുടെ തന്ത്രം ആയിരുന്നു ആ വിവാഹബ്യൂറോ സംവിധാനം. കക്ഷിയുടെ

പണം വാങ്ങി അവരുടെ തന്നെ ഏർപ്പാടിലുള്ള ചില നംപരുകളവർക്ക് നല്കി വിളിക്കുംപോ കല്യാണം കഴിഞ്ഞു എന്നും നിശ്ചയം കഴിഞ്ഞു എന്നും പറയുകയായിരുന്നു അവരുടെ തട്ടിപ്പു രീതി.

ലക്ഷക്കണക്കിനു രൂപ വീതം ഓരോരുത്തരും രജിസ്ട്രേഷൻ ഫീസായി കിട്ടിയത് വീതിച്ചെടുക്കുകയായിരുന്നു. ചെറിയ ഒരു തുക വാങ്ങുന്ന കാരണം ആ വിവരം ബന്ധപ്പെട്ടവരെ അറിയിക്കാൻ ആരും തയ്യാറായില്ല.

ഈ സംഭവത്തെത്തുടർന്ന് ഉന്നത അധികാരികളുടെ നിർദ്ദേശപ്രകാരം പൊതുജന വിശ്വാസ സംരക്ഷണ നടപടികളും എടുക്കുകയും പ്രത്യേകമായ ഒരു അന്വേഷണ വിഭാഗം രൂപീകരിക്കുകയും രാജ്കുമാറിനെ അതിന്റെ തലവനായി നിയോഗിക്കുകയും ചെയ്തു....

ആർക്കും മെയിലായോ വാട്സ്ആപ് ആയോ ഫോണിലൂടേയോ രാജ്കുമാറിന്റെ ടീമിനെ ബന്ധപ്പെടാനുള്ള സംവിധാനം ചെയ്തു കൊണ്ടു് ഒരു പ്രത്യേക ശ്രദ്ധ പിടിച്ചു പറ്റി അധികാരി.

(രചന: രാജ്മോഹൻ)

8

ദി മർഡർ.... (ത്രില്ലർ നോവൽ)അദ്ധ്യായം-1

അന്നത്തെ പുലരിപോലും നിശ്ചലമായി നിലകൊണ്ടു... വിമലിൻറെ ഉണർവ്വിൻെ ഉത്സാഹമൊക്കെ അങ്ങു കെട്ടടങ്ങിയത് ആ പത്രവാർത്ത കണ്ടശേഷമായിരുന്നു. വിളറിയ ആ പ്രഭാതത്തിലെ മധുരമേറിയ ചായയും കുടിച്ച് വായന തുടങ്ങിയപ്പോഴാണ് ആ വാർത്ത കണ്ണിലുടക്കിയത്.

അപ്പോഴാണ് അദ്ദേഹം ന്യൂസ്പേപ്പറിൽ ആ മുഖം ശ്രദ്ധിച്ചത്...ഇതു പ്രിയ അല്ലേ?

അതേ .....പഴയ മേൽവിലാസം തന്നെ.

അവൾ ഈ ലോകത്തിൽ നിന്നു എന്നന്നേക്കുമായി വിടപറഞ്ഞിരിക്കുകയാണ് അതും കൊലപാതകം. ..മനസൊന്നു പിടഞ്ഞു അവസാനമായി ഒന്നു കാണുവാൻ പോലും സാധിച്ചില്ല.

കേസ് അന്വേഷണം നടത്തുന്നത് ഇൻസ്പെക്ടർ രാജ്കുമാറായിരുന്നു. അദ്ദേഹത്തെ കണ്ട് വിമൽ അവരുടെ ജീവിത കഥ പറഞ്ഞു.

ഓരോരോ വിചാരങ്ങൾ പഴയ കാലത്തിന്റെ ഏടുകൾ ഒന്നൊന്നായി നിവർത്തിയെടുത്തു.

പ്രിയ....മനോഹരമായ മുഖവും, ആകർഷകമായി മഷിയെഴുതിയ കണ്ണുകളും ആരേയും ആകർഷിക്കുന്ന വാക്സാമർത്ഥ്യവും.

ആദ്യമായി പ്രിയയെ കണ്ടത് ഓർമ്മയിലെത്തി... പഠന സംബന്ധമായി ഏറണാകുളത്തേക്ക് വണ്ടി കയറാൻ മനസ് അനുവദിച്ചില്ലെങ്കിലും പോയേ വഴിയുള്ളൂ .ജനറൽ കംപാർട്മെന്റിൽ തിരക്ക് കുറഞ്ഞിരുന്നു .

ഒരു ബുക്ക് കയ്യിൽ കരുതിയിരുന്നു വായിക്കാൻ വലിയ താല്പര്യമുള്ള ത്രില്ലർ നോവലാണ്.

ഞാൻ പ്രിയ.....നിങ്ങൾ എങ്ങോട്ടേക്കാണ് ?

മുഖമുയർത്തി   നോക്കി   ......ഞാൻ എറണാകുളത്തേക്ക്.

വിരോധമില്ലെങ്കിൽ   നമുക്കു   അല്പനേരം സംസാരിക്കാം ?

ഈ പെണ്ണിന് വട്ടാണോ? അപരിചിതനായ എന്നോട് ഇങ്ങോട്ടു കയറി സംസാരിക്കാമോ എന്ന്

ശരി ....അതിനെന്താ ?

അവളുടെ സംസാരം എന്നിലേക്ക് അങ്ങു പെയ്തു തോരുകയായിരുന്നു. വിഷയങ്ങൾ ഒരു വിഷയമേ അല്ലാതായി മാറി ...!

ആ കൂടിക്കാഴ്ചകൾ അവിടം കൊണ്ടൊന്നും അവസാനിച്ചില്ല ..അടുപ്പം കൂടി വന്നു.

ഒരിക്കൽ അവൾ ചോദിച്ചു ....എന്താണ് തെറ്റും ശരിയും ?

എന്താ ഇപ്പോൾ ഒരു ചോദ്യം ?

പറ വിമൽ .....

ഒരാൾ അറിയാതെയും അറിഞ്ഞുകൊണ്ടും ചെയ്തുപോയേക്കാവുന്ന കാര്യമാണ് തെറ്റ്...

അവളുടെ ഓരോ വരവുകൾക്കും നൂറു നൂറു ചോദ്യങ്ങളും ഒരായിരം സ്നേഹത്തിന്റെ ഉത്തരങ്ങളും പങ്കു വക്കാൻ കാണും.ഒന്നും ആവശ്യപ്പെടാതെ ... സ്നേഹിച്ചു.

ഒരു വലിയ നായർ കുടുംബത്തിലെ ഏക അവകാശി.

അവരുടെ വീട്ടുകാരുമായി.....ഒടുവിൽ വഴക്കിടേണ്ടിവന്നു. വീട്ടുകാരുടെ

സമ്മതമില്ലാതെ ഇറങ്ങി വരാൻ അവളൊരുക്കവുമില്ലായിരുന്നു.

ഒടുവിലൊരിക്കെ.... ഇറങ്ങി വരാൻ തയ്യാറല്ലെന്കില് ഇനി കാണാൻ വരരുത് എന്ന് താക്കീതു ചെയ്തു പറഞ്ഞയച്ചു ..എന്നിട്ടും പലപ്പോഴും അവൾ കാത്തുനിന്നു ......!

പ്രിയ...ഒരിക്കൽ പറയുകയുണ്ടായി .....ഞാൻ സ്നേഹിച്ച ആദ്യത്തേതും അവസാനത്തേതുമായ ആള് നീയാണ് ......ഇനിയൊരു പ്രണയംഎനിക്ക് ഇല്ല .

അവസാനമായി കണ്ടത് ....അവൾ മുംബെക്കു പോകാനായി ഒരുങ്ങിയപ്പോൾ ആണ്.

വിമൽ.. എനിക്ക് നിന്നെ ജീവനാണ്.എന്നിൽ നിന്നു നീ അകന്നുപോകുന്നതു എന്നെ ഇല്ലാതാക്കുന്നതിന് തുല്യമാണ് ...എങ്കിലും നിന്റെ ജീവിതത്തിൽ ഞാൻ ഇനി വേണ്ട.....എന്നും എന്റെ സ്നേഹം നിനക്കു മാത്രം .

പിന്നീട് ഒരിക്കലും അവൾ ചോദ്യങ്ങളും ഉത്തരങ്ങളുമായി എന്നെ തേടി വന്നില്ല .

പലപ്പോഴും ഒറ്റപ്പെടലിൽ ഞാൻ അവളെ തിരഞ്ഞു ....!

എന്തു തെറ്റും ശരിയും ....ജീവിത നാടകം ആടുകയല്ലേ നാം... ഓരോ കോലത്തിലും .

പ്രിയ ബാക്കിവച്ചുപോയ ജീവിതത്തിൽ ഏകനായി ഞാൻ യാത്ര ചെയ്തു ....

പ്രണയിക്കാൻ വേണ്ടി മാത്രം ജീവിതത്തിലേക്ക് ഇറങ്ങിവരുന്ന ചില സാക്ഷികൾ .

ഓർമയിൽ ഇപ്പോഴും അവൾ ....മരണം ഓർമ്മകളെ.... മറയ്ക്കില്ലല്ലോ....

അതേ ....പുതിയൊരു പുലരിക്കായ് വിമലിനിയും ..കാത്തിരിക്കുകയാണ്.... പ്രണയിനിയുടെ കൊലപാതകരഹസ്യം അറിയാൻ അവനെ.... ഇനിയും ജീവിക്കാൻ പ്രേരിപ്പിക്കുകയാണ് . ആരാണ് പ്രിയയെ കൊന്നത്...

9

ഇൻസ്പെക്ടർ രാജ്കുമാർ പ്രിയയെ കുറിച്ച് വിശദമായ അനേഷണം ആരംഭിച്ചു. പ്രിയ ആനന്ദ് - ട്രൂ വിഷൻ മാസികയുടെ ഇൻവെസ്റ്റിഗേഷൻ ജേർണലിസ്റ്റ്.നിരവധി അനേഷണ കഥകൾ പ്രസിദ്ധീകരിച്ചിട്ടുണ്ട്. പലതും പല വന്പന്മാരെയും കുറിച്ചുള്ളവ.

താമസം ട്രിനിറ്റി പ്ലാസ എന്ന അപരാട്മെന്റിൽ ഒറ്റക്കാണ്. ഒരു വലിയ നായർ കുടുംബത്തിലെ ഏക അവകാശി .അച്ഛൻ ആനന്ദ് മേനോൻ - പ്രമുഖ വ്യവസായി .സ്വദേശം ആലപ്പുഴ . 'അമ്മ മാലതി മേനോൻ .

അവസാനം പ്രസിദ്ധീകരിച്ചുകൊണ്ടിരുന്ന പംക്തി ലഹരി മാഫിയയെക്കുറിച് ആയിരുന്നു.

ലഹരി മാഫിയയുടെ ലിങ്ക് തേടി അലയുകയായിരുന്നു അവസാന നാളുകളിൽ

പ്രിയ എന്ന് രാജ്‌കുമാറിന് മനസിലായി.

പലപ്പോഴും പല ഭീഷണിയും നേരിട്ടുകൊണ്ടായിരുന്നു പ്രിയയുടെ അന്വേഷണങ്ങൾ. ഒരു ഭീഷണിക്കും വഴങ്ങാത്ത പ്രകൃതം ആയിരുന്നു പ്രിയയുടെ.

വീട്ടിലേക്കു യാത്രകൾ കുറവായിരുന്നു എന്ന് അന്വേഷണത്തിൽ മനസിലായി.

ആനന്ദ് മേനോനുമായി രാജ്‌കുമാർ കൂടിക്കാഴ്ച നടത്തി. അദ്ദേഹത്തിന് പ്രിയയുടെ ജോലി സംബന്ധമായ കാര്യങ്ങൾ തീരെ അറിയില്ല എന്നാണ് അറിയിച്ചത്.

വിമലിനെ കുറിച്ച് അദ്ദേഹത്തിന് നല്ല അഭിപ്രായമായിരുന്നു. നല്ല ചെറുപ്പക്കാരൻ എന്നാണ് അദ്ദേഹത്തിന്റെ അഭിപ്രായം.

അവരുടെ ഇഷ്ടത്തിന് എതിര് നിന്നതിന്റെ സങ്കടം അദ്ദേഹത്തിന്റെ വാക്കുകളിൽ പ്രകടമായിരുന്നു.

കൂടുതൽ അന്വേഷണം വേണ്ട സങ്കീർണമായ ഒരു കേസാണ് ഇതെന്ന് രാജ്കുമാറിന് ബോധ്യമായി.

കിട്ടിയ വിവരങ്ങൾ ഒന്നുകൂടി നിരീക്ഷിച്ചു വിശദമായ ഒരു പ്ലാൻ തയ്യാറാകാൻ അദ്ദേഹം തീരുമാനിച്ചു.

10

ദി മർഡർ-ത്രില്ലെർ നോവൽ -ഭാഗം -3

പ്രമുഖ പത്രപ്രവത്തകയുടെ കൊലപാതകവും അത് സംബദ്ധമായ അന്വേഷണവും ചാനലുകളിലും പത്രങ്ങളിലും പ്രദാന വാർത്തകളായി. ദിവസവും ഓരോ കഥകളുമായി ചാനലുകളും പത്രങ്ങളും മത്സരിച്ചു.

ഉന്നത പോലീസ് അധികാരികൾ ഉന്നത തല യോഗം ചേർന്ന് അന്വേഷണ പുരോഗതി വിലയിരുത്തി.

രാജ്കുമാർ വിവരങ്ങൾ വിശദമായി ധരിപ്പിച്ചു.

വിവിധ സംസ്ഥാന പോലീസിന്റെ സഹകരണം ആവശ്യമായതുകൊണ്ടു അതിനുവേണ്ട

അറങ്ങോമെന്റ് ചെയ്യാൻ യോഗത്തിൽ തീരുമാനമായി.

ഉന്നത തല മീറ്റിംഗിന് ശേഷം ഓഫീസിലേക്ക് തിരിച്ച രാജ്കുമാറിന്റെ കാർ ചിലർ പിന്തുടർന്നുണ്ടായിരുന്നു.

കണ്ണാടിയിലൂടെ ശ്രദ്ധിച്ച അദ്ദേഹം കാർ ഒരിടത്തു ഒതുക്കി.പിന്തുടരുന്ന കാർ നമ്പർ അദ്ദേഹം ഉടനെ ട്രാഫിക് വിഭാഗത്തിനു കൈമാറി.

പിന്തുടർന്ന കാർ മുന്നോട്ടു ഓടിച്ചു പോയി. കുറച്ചു സമയത്തിന് ശേഷം ട്രാഫിക്കിന്റെ മെസ്സേജ് വന്നു.

പിന്തുടർന്ന കാർ ഉപേക്ഷിച്ച നിലയിൽ കണ്ടെത്തിയതായി. അന്വേഷണത്തിൽ ആ കാർ മോഷണം പോയതാണെന്നും മനസ്സിലായി.

അന്താരാഷ്ട്ര ബന്ധങ്ങളുള്ള കൂറ്റൻ സ്രാവുകളാണ് ഈ കേസിനു പുറകിലെന്നു രാജ്കുമാറിന് മനസ്സിലായി.

അന്നത്തെ സംഭവ വിശേഷങ്ങൾ അദ്ദേഹം ഉന്നത അധികാരികളെ അറിയിച്ചു.

പിന്തുടർന്ന കാറിലെ കയ് രേഖകൾ അദ്ദേഹം പകർത്തിയെടുത്തു. അത് അനാലിസിസിനായി ലാബിലേക്ക് അയച്ചു.

അന്വേഷണ ഉദ്യോഗസ്ഥനെ പത്രപ്രവത്തകയുടെ കൊലയാളികൾ പിന്തുടർന്നതും അവർ വഴുതി മാറിയതും പിറ്റേന്ന് പത്ര മാധ്യമങ്ങൾ വാർത്തയാക്കി.

കേസ് മറ്റു സംസ്ഥാനങ്ങളിലേക്ക് വ്യാപിപ്പിക്കാൻ അധികാരികൾ രാജ്കുമാറിനോട് ആവശ്യപ്പെട്ടു.

മറ്റു സംസ്ഥാനങ്ങളിലെ പോലീസ് ആസ്ഥാനങ്ങളിൽ നിന്ന് വേണ്ട സഹായങ്ങൾ ഉന്നത തലങ്ങളിൽ അറേഞ്ച് ചെയ്തു.

11

പിന്തുടർന്ന കാർ മുന്നോട്ടു ഓടിച്ചു പോയി. കുറച്ചു സമയത്തിന് ശേഷം ട്രാഫിക്കിന്റെ മെസ്സേജ് വന്നു.

പിന്തുടർന്ന കാർ ഉപേക്ഷിച്ച നിലയിൽ കണ്ടെത്തിയതായി. അന്താരാഷ്ട്ര ബന്ധങ്ങളുള്ള കൂറ്റൻ സ്രാവുകളാണ് ഈ കേസിനു പുറകിലെന്നു രാജ്കുമാറിന് മനസ്സിലായി.

അന്നത്തെ സംഭവ വിശേഷങ്ങൾ അദ്ദേഹം ഉന്നത അധികാരികളെ അറിയിച്ചു.

പിന്തുടർന്ന കാറിലെ കയ് രേഖകൾ അദ്ദേഹം പകർത്തിയെടുത്തു. അത് അനാലിസിസിനായി ലാബിലേക്ക് അയച്ചു.

അന്വേഷണ ഉദ്യോഗസ്ഥനെ പത്രപ്രവത്തകയുടെ കൊലയാളികൾ പിന്തുടർന്നതും അവർ വഴുതി മാറിയതും പിറ്റേന്ന് പത്ര മാധ്യമങ്ങൾ വാർത്തയാക്കി.

കേസ് മറ്റു സംസ്ഥാനങ്ങളിലേക്ക് വ്യാപിപ്പിക്കാൻ അധികാരികൾ രാജ്കുമാറിനോട് ആവശ്യപ്പെട്ടു.

മറ്റു സംസ്ഥാനങ്ങളിലെ പോലീസ് ആസ്ഥാനങ്ങളിൽ നിന്ന് വേണ്ട സഹായങ്ങൾ ഉന്നത തലങ്ങളിൽ അറേഞ്ച് ചെയ്തു.

പത്രപ്രവത്തകയുടെ കൊലപാതകം സംബന്ധിച്ച വാർത്തകൾ ദേശീയ മാധ്യമങ്ങളിൽ ചർച്ചയായി .കേന്ദ്ര സർക്കാറിൻെറ ഐബി വിഭാഗം സംസ്ഥാന സർക്കാരിന്റെ വിശദീകരണം ആവശ്യപ്പെട്ടു.

രാജ്കുമാറിനോട് എത്രയും പെട്ടെന്ന് കേസിനു തുമ്പുണ്ടാക്കാൻ സർക്കാർ അവശ്യപ്പെട്ടു.

രാജ്കുമാറിനെ പിന്തുടർന്ന കാറിനെ കുറിച്ച് പ്രദാന വിവരങ്ങൾ പോലീസിന് കിട്ടി.

ട്രൂ വിഷൻ മാസികയുടെ ത്രസിപ്പിക്കുന്ന പല ഇൻവെസ്റ്റിഗേഷൻ സ്റ്റോറികളും കൈകാര്യം ചെയ്ത പ്രിയ ആനന്ത് അവസാനമായി കൈകാര്യം ചെയ്ത പരമ്പര മയക്കുമരുന്നു സാമ്രാജ്യത്തെക്കുറിച്ചായിരുന്നു. അവരുടെ പരമ്പര ട്രൂ വിഷൻ മാസികയുടെ ഓഫീസിൽ നിന്നും വരുത്തി രാജ്കുമാർ വായിച്ചിരുന്നു .കോളേജിലും പ്രമുഖ വിദ്യാഭ്യാസ സ്ഥാപനങ്ങളിലും ഏജന്റ്മാരെ വച്ച് വൻതോതിൽ ബിസിനസ് നടത്തുന്ന ഗ്യാങ്ങുകളുടെ വിവരങ്ങൾ സഹിതമായിരുന്നു ആ റിപ്പോർട്ട് മുന്നോട്ടു പൊയ്ക്കൊണ്ടിരുന്നത് .ഏജന്റുമാരായി നിയോഗിക്കപ്പെട്ട പല പാവപ്പെട്ട വിദ്യാർത്ഥികളുടെയും കഥന കഥകൾ ഉൾപ്പെട്ടതായിരുന്നു ഓരോ ലക്കവും.

ഒരു ലക്കത്തിൽ ജയിലിൽ കഴിയുന്ന വിനോദ് എന്ന കൗമാരക്കാരന്റെ കഥയാണ് പ്രിയ റിപ്പോർട്ട് ചെയ്തത് .കാൻസർ ബാധിച്ച അമ്മയുടെ ചികിത്സക്കായി പലരോടും പണം കടം വാങ്ങിയ വിനോദ് ഒടുവിൽ ഒരു മയക്കുമരുന്നു ഏജന്റിന്റെ വലയിൽ വീഴുകയായിരുന്നു. എഞ്ചിനീയറിംഗ് വിദ്യാർത്ഥിയായ വിനോദ് ഇപ്പോൾ മയക്കുമരുന്നു വില്പനക്ക് പിടിക്കപ്പെട്ട് ശിക്ഷ വാങ്ങിയിരിക്കുകയാണ്.

വിനോദിന് അച്ചനില്ല.'അമ്മ ഇപ്പോൾ അനാഥാലയത്തിലാണ് .വിനോദിന്റെ കഥ പബ്ലിഷ് ചെയ്തതിന്റെ അടുത്ത ലക്കത്തിൽ പ്രിയ വിനോദിന്റെ അമ്മയെ കണ്ടതും അവരോട് സംസാരിച്ചതും റിപ്പോർട്ട് ചെയ്തിരുന്നു .പ്രിയയുടെ ഇടപെടലിന്റെ ഭാഗമായി അവരുടെ ചകിത്സ നടത്താൻ പഞ്ചായത്ത് അധികൃതർ തയ്യാറായി.

കരളലിയിക്കുന്ന ഒത്തിരി മയക്കുമരുന്നിന് അടിമകളാക്കപ്പെട്ടവരുടെ കഥകളുമായിട്ടായിരുന്നു പ്രിയ ആനന്ദിന്റെ "മയക്കുമരുന്നിന്റെ ലോകം"എന്ന പരമ്പര മുന്നേറിക്കൊണ്ടിരുന്നത് .സമൂഹത്തിലെ എല്ലാ തുറയിൽപെട്ട മയക്കുമരുന്ന് ബാധിക്കപ്പെട്ടവരെയും ഇന്റർവ്യൂ നടത്തി പ്രസിദ്ധീകരിച്ചുകൊണ്ടിരുന്ന ആ പരമ്പര കേന്ദ്ര സംസ്ഥാന അന്വേഷന ഏജൻസികളും ഗൗരവത്തോടെ നോക്കി കണ്ടിരുന്നു.

പല ഏജൻസികളും രഹസ്യമായി നിരീക്ഷണം നടത്തിത്തുടങ്ങിയപ്പോഴാണ് പ്രിയക്കെതിരെ മയക്കുമരുന്ന് ലോബി തിരിഞ്ഞതെന്ന് രാജ്കുമാറിന് ബോധ്യമായി.വിവിധ അന്വേഷണ ഏജൻസികളുടെ രഹസ്യ വിവരങ്ങൾ രാജ്കുമാർ ഉന്നത

ഉദ്യോഗസ്ഥന്മാരുടെ സഹായത്തോടെ ശേഖരിച്ചു. വിവിധ ഏജൻസിയുടെ സഹകരണത്താടെ ഒരു ജോയിൻറ് ഓപ്പറേഷൻ അദ്ദേഹം പ്ലാൻ ചെയ്തു.

12

പത്രപ്രവത്തകയുടെ കൊലപാതകം സംബന്ധിച്ച വാർത്തകൾ ദേശീയ മാധ്യമങ്ങളിൽ ചർച്ചയായി. കേന്ദ്ര സർക്കാറിൻറെ ഐബി വിഭാഗം സംസ്ഥാന സർക്കാരിന്റെ വിശദീകരണം ആവശ്യപ്പെട്ടു.

രാജ്കുമാറിനോട് എത്രയും പെട്ടെന്ന് കേസിനു തുമ്പുണ്ടാക്കാൻ സർക്കാർ അവശ്യപ്പെട്ടു.

രാജ്കുമാറിനെ പിന്തുടർന്ന കാറിനെ കുറിച്ച് പ്രദാന വിവരങ്ങൾ പോലീസിന് കിട്ടി.

കാറിന്റെ ഉടമ മുംബൈ ബേസ്ഡ് ബിസിനസ് നടത്തുന്ന രാഹുൽ ഷെട്ടി ആണെന്ന് വിവരം കിട്ടി .ഐബിയുടെ സഹായത്തോടെ അദ്ദേഹത്തെ കണ്ടെത്തി മുംബൈ പോലീസ് അറസ്റ്റു ചെയ്തു.

ചോദ്യം ചെയ്യലിനായി രാജ്കുമാർ മുംബൈയിലെത്തി. പ്രിയ റിപ്പോർട്ടു ചെയ്ത മയക്കു മരുന്ന് റാക്കറ്റിലെ പ്രഥാന കണ്ണി രാഹുൽ ഷെട്ടി ആണെന്ന് ചോദ്യം ചെയ്യലിൽ രാജ്കുമാറിന് ബോധ്യപ്പെട്ടു.

രാഹുൽ ഷെട്ടി അയച്ച ആളുകൾ ആണ് പ്രിയയെ കൊലപ്പെടുത്തിയത് എന്ന് തെളിഞ്ഞു. പ്രതിയെയും കൊണ്ട് കൊച്ചിയിലെത്തിയ രാജ്കുമാറിനെ ഉന്നത അധികാരികൾ അനുമോദിച്ചു.

പത്രങ്ങൾ രാജ്കുമാറിന്റെ ദൗത്യത്തെ വാനോളം പുകഴ്ത്തി.

(രചന: രാജ്മോഹൻ)

13

14

സിനിമയിലേക്ക് ഒരു ചാൻസ് ത്രിൽ നോവൽ

പ്രമുഖ പത്രങ്ങളിലെല്ലാം ആ പരസ്യം മുറയ്ക്ക് വന്നുകൊണ്ടിരുന്നു. പുതിയ സിനിമയിലേക്ക് നായിക,

നായകൻ മറ്റ് അഭിനേതാക്കളെ ആവശ്യമുണ്ട്. തിരഞ്ഞെടുത്തവരുടെ ഷോ പ്രമുഖ ചാനലിലവതരിപ്പിക്കുന്നതാണ്. ചാനലിലെ ഷോയിലെ കൂടുതലായി എസ് എം.എസ് ലഭിക്കുന്ന ആളുകളായിരിക്കും നിമയിലഭിനയിക്കുക. ഇതായിരുന്നു പരസ്യം.

പ്രമുഖ ബിസിനസ്സ് ഗ്രൂപ്പുകളൊക്കെ ഷോയുടെ സ്പോണ്സർമാരായി രംഗത്തെത്തി... താരോദയം എന്ന ആ ഷോ വൻ ഹിറ്റായി മാറുകയായിരുന്നു.... എസ് എം എസ്... പരസ്യ

വരുമാനം എന്നിവ ലഭിച്ചതോടെ സിനിമാ പദ്ധതിയുടെ നടത്തിപ്പുകാരായ മനസ്സ് എന്ന ബാനർ മുൻനിര സിനിമാ ടെക്നീഷ്യൻമാരുമായി കരാറിലെത്തി. അങ്ങിനെ ആ ദിവസം വന്നെത്തി.

താരോദയത്തിലൂടെ രാജീവ് നായക നടനായി തിരഞ്ഞെടുക്കപ്പെട്ടു. നയനയെ നായികയായി തിരഞ്ഞെടുത്തു...... ആ ചടങ്ങിലന്ന് സിനിമയുടെ കൂടുതലായി വിവരങ്ങളും പുറത്തുവിട്ടു. മുഖ പുസ്തകത്തിലൂടെ ഏറെ ആളുകളിഷ്ടപ്പെട്ട ഭാഗ്യ പരീക്ഷണം എന്ന കഥയാണ് മനസ്സ് മൂവീസിൻറെ

ആദ്യ സിനിമ. പ്രേക്ഷക മനസ്സ് കീഴടക്കിയ ആ ഷോ അവിടെ

തിരശ്ശീല താഴ്ത്തി. സിനിമയുടെ റിലീസിംഗിനായ് എല്ലാവരും കാത്തിരിക്കുകയാണ്.

ഭാഗ്യ പരീക്ഷണം എന്ന സിനിമയുടെ നിർമ്മാണം പൂർത്തിയിയി.
രാജീവ് നയന എന്നീ ജോഡികളായി ചാനലുകളുടെ മുഖ്യ ആകർഷണം.

പല പ്രോഗ്രാമിലും അവർക്കായി അഥിതി സ്ഥാനം.
മനസ്സ് മൂവീസ് സിനിമയുടെ വിതരണത്തിനായി പ്ര മുഖ

റിലീസിങ്ങ് കമ്പനികളെ സമീപിച്ചു.

പുതുമുഖ താരങ്ങളുടെ സിനിമ റിലീസിങ്ങിനെടുക്കാനാരും തയ്യാറാകുന്നില്ല.സിനിമാ രംഗത്തുള്ള പലരും പുതുമുഖങ്ങളേയും പുതിയ സിനിമാ നിർമ്മാണ കമ്പനികളേയും സഹായിക്കാൻ വിമുഖരാണ്. മാത്രമല്ല ചിലർ എതിർക്കുകയും ചെയ്യുന്നു.

ഒടുവിലായി ചാനലധികാരികളുടെ സഹായമെത്തി. അവർ പരസ്യം നല്കാമെന്നേറ്റു. ചാനലിലെ പരസ്യത്തിലൂടെ നീലിമ മൂവീസ് എന്ന കമ്പനി ഭാഗ്യ പരീക്ഷണം സിനിമ റിലീസിങ്ങിനെടുക്കാനെത്തി.

ഒപ്പം നീലിമ മൂവീസിൻറെ പുതിയ പടത്തിലെ നായികാ നായകന്മാരായി രാജീവ്, നയന ജോഡികളെ തിരഞ്ഞെടുത്തു.

വാർത്താ മാധ്യമങ്ങളെല്ലാം പുതിയ സിനിമയെക്കുറിച്ചുള്ള വാർത്തകളാഘോഷമാക്കി. ആളുകളെല്ലാം

പുതിയ സിനിമയ്ക്കായ് കാത്തിരിപ്പായി. ഇതിനിടെ നീലിമ മൂവീസ് പുതിയ സിനിമയുടെ ചിത്രീകരണം ആരംഭിച്ചു.

ആദ്യ രംഗം നായികാ നായകന്മാർ സന്ചരിക്കുന്ന ബൈക്കിനെ വില്ലന്മാർ ചേസ് ചെയ്യുന്ന രംഗമാണ് ഷൂട്ട് ചെയ്തുകൊണ്ടിരുന്നത്.

ആളുകളധികമില്ലാത്ത വിജനമായ കുന്നുകളുള്ള സ്ഥലത്താണ് ഷൂട്ടിംഗ് നടത്താൻ തിരഞ്ഞെടുത്തത്.

ചേസിംഗ് രംഗത്തിനിടെ ബൈക്ക് പെട്ടെന്ന് ഒരു വളവു തിരിഞ്ഞതും ചീറിപ്പാഞ്ഞു വന്ന ലോറി അവരെ ഇടിച്ചു തെറിപ്പിച്ചുകൊണ്ട് മുന്നോട്ട് പാഞ്ഞു പോയി.

പത്രങ്ങളിലും ചാനലുകളിലും അന്ന് ആ വാർത്തയായിരുന്നു പ്രധാനമായും ഉണ്ടായിരുന്നത്.

സിനിമാ ചിത്രീകരണത്തിനിടെ പുതുമുഖ താര ജോഡിക്ക്
അപകട മരണം സംഭവിച്ചു. സംഭവത്തെക്കുറിച്ച്

ഉന്നതതല അന്വേഷണത്തിന് തീരുമാനം.

ഇതിനിടെ ഭാഗ്യ പരീക്ഷണം എന്ന സിനിമയുടെ റിലീസിംഗ് നടന്നു. പതിവിനു വിപരീതമായി ഒരു പുതുമുഖ താര സിനിമ 300 തീയ്യേറ്ററുകളിലായി പ്രദർശനം തുടങ്ങി.

രാജീവ് ,നയന എന്നീ പുതുമുഖ താര ജോഡികളുടെ ദാരുണമായ മരണത്തെക്കുറിച്ച്

അറിയിപ്പോടെയായിരുന്നു സിനിമ ആരംഭിച്ചത്.

ചാനലുകളുടെ മുഖ്യ ചർച്ച ആകസ്മികമായ ആ യുവതാരങ്ങളുടെ മരണകാരണങ്ങളെക്കുറിച്ചായിരുന്നു.

പോലീസ് അന്വേഷണം മുറയ്ക്ക് നടന്നുകൊണ്ടിരിക്കുന്നുണ്ടായിരുന്നു. അപകടത്തിനിടയാക്കിയ ലോറിക്കായി പരക്കെ തിരച്ചിലാരംഭിച്ചു.

ചിത്രീകരണം നടത്തിയ സിനിമാ യൂണിറ്റംഗങ്ങളെ പോലീസ് വിശദമായി ചോദ്യം ചെയ്തു.

പല ചാനലിലെ പ്രോഗ്രാമിലും യുവ താരങ്ങളുടെ മരണം പ്രധാന ചർച്ചയായി. അവർക്കായി താര സമൂഹം രംഗത്തെത്തി.

അതിനിടെ ഭാഗ്യപരീക്ഷണം എന്ന സിനിമ വൻ ഹിറ്റായി മാറി. താരോദയം എന്ന പ്രോഗ്രാം രണ്ടാം എപ്പിസോഡ് ആരംഭിച്ചു.

മനസ്സ് മൂവീസ്സ് ആയിരുന്നു ആ ഷോയുടേയും നിർമ്മാണം. നീലിമ സിനിമയുടെ, താരങ്ങളുടെ മരണം മൂലം നിർമ്മാണം നിർത്തിയ പുതിയ സിനിമ താരോദയത്തിലൂടെ തിരഞ്ഞെടുക്കുന്ന ജോഡികളെവച്ച് പൂർത്തിയാക്കാൻ തീരുമാനമായി.

ചാനലിലെ ഏറ്റവും വലിയ ജനപ്രീതിയുള്ള പ്രോഗ്രാം താരോദയം എന്ന ലൈവ് ഷോ ആയി മാറി. പരസ്യ വരുമാനം പല ഇരട്ടിയോളം എത്തി.

ഇതിനിടെ പൊതുജനങ്ങളുടെ പരാതി കാരണം യുവ താരങ്ങളുടെ മരണത്തെക്കുറിച്ച് അന്വേഷണം പ്രശസ്ത ഉദ്യോഗസ്ഥനായ സർക്കിളിൻസ്പെക്ടർ രാജ്കുമാറിനെ ഉന്നതാധികാരികളേല്പിക്കുന്നു.

പത്രങ്ങളിലും ചാനലുകളിലും ആ വാർത്ത പ്രധാന്യത്തോടെ വന്നു. സൂപ്പർഹിറ്റ് സിനിമയായ ഭാഗ്യ പരീക്ഷണം എന്ന സിനിമയുടെ നായികാ നായന്മാരുടെ അപകടമരണം സംബന്ധിച്ച അന്വേഷണം രാജ്കുമാർ എന്ന പ്രശസ്തനായ ഉദ്യോഗസ്ഥനെ ഏല്പിച്ചു. ദുരൂഹത ഉടനേ മറ നീക്കി വെളിച്ചത്ത് വരും.

എല്ലാവരും രാജ്കുമാറിൻറെ പുതിയ നീക്കങ്ങളറിയാൻ കാത്തിരിപ്പായി.

ഏറ്റെടുത്ത കേസ്സുകളെല്ലാം ശരിയായ ദിശയിലൂടെ അന്വേഷണം നടത്തി കുറ്റവാളികളെ നിയമത്തിനു മുൻപിലെത്തിക്കാൻ രാജ്കുമാറിന് കഴിഞ്ഞിരുന്നു.

പത്രങ്ങളിലും ചാനലുകളിലും ആ കേസ്സ് സംബന്ധിച്ച് വന്ന വാർത്തയെല്ലാം അദ്ദേഹം

ശേഖരിച്ചു.

പലപ്പോഴും മാധ്യമങ്ങളുടെ പല നിഗമനങ്ങളും കേസ്സിന് തുമ്പുണ്ടാക്കാൻ സഹായകരമാകാറുണ്ട്.

സൂര്യകിരണം എന്ന സായാന്ന പത്രത്തിലും ഒരു അന്വേഷണ പരമ്പരയായി ആയിരുന്നു ആ സംഭവം പ്രധാനമായും ഉണ്ടായിരുന്നത്. സിനിമാ ചിത്രീകരണത്തിനിടെ പുതുമുഖ താര ജോഡിക്ക്

അപകട മരണം സംഭവിച്ചതെങ്ങിനെയെന്ന് അന്വേഷണ റിപ്പോർട്ട് സഹിതം വന്ന സൂര്യകിരണത്തിൻറെ എഡിഷനുമായി രാജ്കുമാർ പത്രത്തിൻറെ എഡിറ്ററെ കാണുന്നു. വിശദമായി ചോദ്യം ചെയ്യുന്നു.

പത്രത്തിൻറെ കണ്ടെത്തലുകളുടെ സാധുത അദ്ദേഹം വിലയിരുത്തി. ആ റിപ്പോർട്ട് അദ്ദേഹം വിശദമായി പഠിക്കുകയും ചെയ്തു.

തുടർന്ന് അദ്ദേഹം സംഭവം നടന്ന സ്ഥലം വിശദമായി പരിശോധന നടത്തി. സിനിമാ യൂണിറ്റ് മൊത്തം അദ്ദേഹം പരിശോധിച്ചു.ചില

തെളിവുകദ്ദേഹം ശേഖരിച്ചു.

എല്ലാവരും രാജ്കുമാറിൻറെ പുതിയ നീക്കങ്ങളറിയാൻ കാത്തിരിപ്പായി.

രാജ്കുമാറും സൂര്യകിരണം പത്രത്തിൻറെ ക്രൈം റിപ്പോർട്ടർ ദാസ് കിരണും തങ്ങളുടെ നിഗമനങ്ങളും കണ്ടെത്തലുകളും വിശദമായി ചർച്ചചെയ്തു. ...

തെളിവുകളും മറ്റും ഉന്നത അധികാരികളുടെ മുന്നിലദ്ദേഹം അവതരിപ്പിച്ചു. ഏറ്റെടുത്ത കേസ്സുകളെല്ലാം ശരിയായ ദിശയിലൂടെ അന്വേഷണം നടത്തി കുറ്റവാളികളെ നിയമത്തിനു മുൻപിലെത്തിക്കാൻ രാജ്കുമാറിന് കഴിഞ്ഞിരുന്നു.

പത്രങ്ങളിലും ചാനലുകളിലും ആ കേസ്സ് സംബന്ധിച്ച് വാർത്തകളൊന്നും വരാതായി. വാർത്തയെല്ലാം പുതിയ മേഖലകളിലായി.

സിനിമാ ചിത്രീകരണത്തിനിടെ പുതുമുഖ താര ജോഡിക്ക് അപകട മരണം സംഭവിച്ചതെങ്ങിനെയെന്ന് അന്വേഷണ റിപ്പോർട്ട് പൂർത്തിയാക്കി കുറ്റവാളികളെ

അറസ്റ്റ് ചെയ്ത വിധം സഹിതം വന്ന സൂര്യകിരണത്തിൻറെ പ്രഭാത എഡിഷനുമായിട്ടാണ് അന്ന് പ്രഭാതം വിടർന്നത്. സായ്യാന്ന പത്രം എന്ന നിലയിലായിരുന്ന സൂര്യകിരണം അന്ന് പ്രഭാത ദിനപ്പത്രം ആയിത്തീരുകയായിരുന്നു.

രാജ്കുമാറിൻറെ കണ്ടെത്തലുകളും കൊലപാതകം സംബന്ധിച്ച ആ റിപ്പോർട്ടും വിശദമായി പത്രത്തിലുണ്ടായിരുന്നു.റിപ്പോർട്ട് താഴെ കൊടുത്തിരിക്കുന്നു.

രാജ്കുമാർ സംഭവം നടന്ന സ്ഥലം വിശദമായി പരിശോധന നടത്തിയിരുന്നു. സിനിമാ യൂണിറ്റ് മൊത്തം അദ്ദേഹം പരിശോധിച്ചപ്പോഴാണ് ചില ഞെട്ടിപ്പിക്കുന്ന തെളിവുകളദ്ദേഹത്തിന് കിട്ടിയത്.

വിതരണക്കാരില്ലാതെയിരുന്ന ഭാഗ്യപരീക്ഷണം സിനിമ വിതരണം നടത്താനെത്തിയ നീലിമ മൂവീസിൻറെ ഉടമ ഹനീഫ നടത്തിയ ഒരു ആസൂത്രണം ആയിരുന്നു ആ അപകടത്തിന് കാരണം. സിനിമ വിജയിപ്പിക്കാനൊരുക്കിയ ഒരു തിരക്കഥ.ഹനീഫ ആ കഥ തുറന്നു പറഞ്ഞു. ആ അറസ്റ്റ് കുറേ കാലത്തെ ജനങ്ങളുടെ സംശയങ്ങളുടെ

മറുപടിയായിരുന്നു.

ആ റിപ്പോർട്ടോടെ സൂര്യ കിരണം പത്രം മുൻനിര പത്രമായി ഉയരുകയും ചെയ്തു. ദാസ് കിരണിനെ മന്ത്രിസഭ പ്രത്യേകം അഭിനന്ദിച്ചു.

(ഈ കഥയും കഥാപാത്രങ്ങളും സാൻകല്പികം മാത്രം)
രചന:രാജ്മോഹൻ

15

(ഈ കഥയും കഥാപാത്രങ്ങളും സാങ്കല്പികം മാത്രം)

പ്രമുഖ പത്രങ്ങളിലെല്ലാം ആ പരസ്യം മുറയ്ക്ക് വന്നുകൊണ്ടിരുന്നു.2000 രൂപ അടച്ച് സ്കീമിലംഗമായവർക്ക് ക്രിത്യമായി ലോട്ടറി വാങ്ങി അവയുടെ ഫലം ഈ മെയിലിലയക്കുന്നതാണ്. നറുക്കെടുപ്പിന് മുൻപായി നംപർ ഈ മെയിലിലയക്കും.

കോമണായി വാങ്ങുന്ന ടിക്കറ്റിന് സമ്മാനം ലഭിച്ചാലവ എല്ലാവർക്കുമായി വീതിക്കുന്നതാണ്. 2000 രൂപയുടെ പലിശ ഉപയോഗിച്ചാണ് സ്കീം നടത്തുന്നത്. ഡിപ്പോസിറ്റ് ഒരു മാസം നോട്ടീസിലെപ്പോവേണമെൻകിലും തിരിച്ചു വാങ്ങാം. സർക്കിളിൻസ്പെക്ടർ രാജ്കുമാറിന് അന്ന് ഇ മെയിലിലാണ് ആ പരാതി ലഭിച്ചത്.

സുനീഷാണ് പരാതിക്കാരൻ

പരാതി....മുകളിലവതരിപ്പിച്ച പദ്ധതി.... സംശയം ഉളവാക്കുന്നു... ലോട്ടറി കച്ചവടം നടത്തുന്ന എന്നെപ്പോലെയുള്ള സാധാരണ ജനതക്ക് മനസ്സിലാകാത്ത എന്തോ ഒരു ചതി ഇതിലുണ്ടെന്നാണ് കരുതുന്നത്.ദയവായി സാർ ഈ കമ്പനിയെക്കുറിച്ച് അവരുടെ സ്കീമിനെക്കുറിച്ച് അന്വേഷണം നടത്തണം. അദേഹം ആ കേസ്സ് ഏറ്റെടുത്തു

2000 രൂപ നല്കി ലോട്ടറി സ്കീമിലദ്ദേഹം പേര് രജിസ്റ്റർ ചെയ്തു...

ഇടക്കിടക്ക് ഇമെയിലിലൂടെ ടിക്കറ്റ്

വിവരം അവരറിയിച്ചുകൊണ്ടിരുന്നു. ടിക്കറ്റ് വിവരങ്ങളിലൂടെ പരിശോധന നടത്തിയ അദ്ദേഹത്തിന് ആ രഹസ്യം കുറേശ്ശെ ബോധ്യമായിത്തുടങ്ങി.

കമ്പനി പരസ്യം മുറയ്ക്ക് പത്രങ്ങളിലുണ്ട്.

ഇതിലെന്തോ കാര്യമായ പ്രശ്നങ്ങളുണ്ട്...

പരാതിക്കിടയാക്കിയ   പരസ്യം, മറുപടിയായി ലഭിച്ച ഇമെയിലെന്നിവ അദ്ദേഹം കോപ്പി എടുത്തു.

രാജ്കുമാർ ഉടനെ നഗരത്തിലെ പ്രമുഖ പരസ്യ ഏജൻസിയിലേക്ക് വിളിച്ച് ആ കമ്പനിയുടെ പരസ്യം വന്ന പത്രത്തിൻറെ എല്ലാ എഡിഷനും ഒരുകോപ്പി ഏർപ്പാടാക്കി....

എല്ലാ   പത്രത്തിലേയും   പരസ്യം   ശ്രദ്ധിച്ച അദ്ദേഹം ഈ പരസ്യം കേരളം മുഴുവനും

ഉള്ളതായി   മനസ്സിലാക്കി....   ഉടനേ വിവരങ്ങളെല്ലാം മേലധികാരിയെ അറിയിച്ച് ഒരു ഓപ്പറേഷൻ പ്ലാൻ തയ്യാറാക്കി....

ആദ്യം എല്ലാ ജില്ലകളിലും ഉള്ള കമ്പനിയുടെ വിവിധ   ഓഫീസ്   നംപറിലേക്ക്   വിളിച്ച് പ്രധാനപ്പെട്ട   ജോലിക്കാരുടെ   വിവരങ്ങളും കമ്പനി അംഗങ്ങളുടെ പട്ടികയും തയ്യാറാക്കി.

വേണ്ടത്ര രേഖകളും ചിത്രങ്ങളും ശബ്ദങ്ങളും അടങ്ങിയ തെളിവു ഒരു പ്രത്യേക പ്രാധാന്യം നല്കി ശേഖരിച്ച് അവയുടെ നിയമ സാധുത വിലയിരുത്തുകയും രാഷ്ട്രീയവും സാമൂഹികവുമായ സ്വാധീനം വരാത്ത വിധം അടച്ചു പിടിച്ചു എത്ര ശ്രമിച്ചാലും പ്രതികളുടെ രക്ഷക്കായ് അരും എത്താത്ത രീതിയിലുള്ള അറസ്റ്റു നടപ്പിലാക്കി.

ഒരു ലോട്ടറി വില്പനക്കാരനായ മധുവിന് തോന്നിയ തന്ത്രം ആയിരുന്നു ആ ലോട്ടറി കംപനി. നറുക്കെടുത്ത് കുറച്ച് സമയശേഷമേ അവർക്കായി എടുത്ത നംപരുകളുള്ള ഈ മെയിലറിയിപ്പ് നല്കുകയയുള്ളൂ.

നറുക്കെടുപ്പിലൂടെ വൻ തുക സമ്മാനമായി മധുവിന് കിട്ടിയിരുന്നു.നറുക്ക് കിട്ടാത്ത നംപരുകളിയിരുന്നു മറ്റുള്ളവരും അറീയിച്ചീരൂന്നത്. കുറച്ച് തുക പൊതുവായി സമ്മാനം ലഭിച്ചതെന്ന് പറഞ്ഞ് വിതരണം നടത്തിക്കൊണ്ട് വിശ്വാസം പ്രകടിപ്പിക്കുന്ന ചലനങ്ങളും അതിനെടുക്കുന്ന സമയവും പണവും ആസൂത്രണം ചെയ്യാനും വേണ്ട പോലെ ഇത് ഏർപ്പാടാക്കാനും മധു വിജയിച്ചിരുന്നു.

ഒരു ചെറിയ ഒരു തുക സ്കീമീലൂടെ വാങ്ങുന്ന കാരണം ആ വിവരം ബന്ധപ്പെട്ടവരെ അറിയിക്കാൻ ആരും തയ്യാറായില്ല. ആവശ്യപ്പെടുന്നവരുടെ പണം തിരിച്ച് കൊടുത്ത് വിശ്വാസം വളർത്തുകയും ചെയ്തിരുന്നു.

ഈ സംഭവത്തെത്തുടർന്ന് ഉന്നത അധികാരികളുടെ നിർദ്ദേശപ്റകാരം പൊതുജന വിശ്വാസ സംരക്ഷണ നടപടികളും എടുക്കുകയും

പ്രത്യേകമായ ഒരു അന്വേഷണ വിഭാഗം രൂപീകരിക്കുകയും രാജ്കുമാറിനെ അതിൻറെ തലവനായി നിയോഗിക്കുകയും ചെയ്തു....

ആർക്കും മെയിലായോ വാട്സ്ആപ് ആയോ ഫോണിലൂടേയോ രാജ്കുമാറിൻറെ ടീമിനെ ബന്ധപ്പെടാനുള്ള സംവിധാനം ചെയ്തു കൊണ്ടു് ഒരു പ്രത്യേക ശ്രദ്ധ പിടിച്ചു പറ്റി അധികാരി.

(രചന: രാജ്മോഹൻ)

www.ingramcontent.com/pod-product-compliance
Lightning Source LLC
Chambersburg PA
CBHW031505150726
47990CB00007B/2874